చక్రాలు శబ్దం చేసినప్పుడు

ఒకసారి ఒక వ్యక్తి ఎద్దుల బండిలో బోలెడు సామాను తీసుకెళ్తున్నాడు. ఎప్పుడైతే బండి చక్రాలు ఇరుక్కుపోయాయో ఒక రంధ్రం లేదా మృదువైన బురదలో, వారు పెద్ద శబ్దం చేసారు. చివరకు ప్రశాంతంగా ఉండలేకపోయాడు. చక్రాలను తిట్టి, “ఎందుకు ఇంత శబ్దం చేస్తున్నావు? ఇంత బరువు మోస్తున్న ఎద్దులు నిశ్శబ్దంగా నడుస్తున్నట్లు మీపై అంత బరువు లేదు.” ఇది విని చక్రాలు బాగానే ఉన్నాయి, కానీ కొంతకాలం తర్వాత మళ్లీ శబ్దం చేయడం ప్రారంభించాయి. ఇప్పుడు బండి డ్రైవర్ మొదట చిరాకుపడ్డాడు, తరువాత నవ్వడం ప్రారంభించాడు. అతను భావించాడు, సాధారణంగా తక్కువ ఎదుర్కొనే వారు సమస్య మరింత ధ్వనిస్తుంది. చాలా సమస్యలను ఎదుర్కొంటున్న వారు సాధారణంగా మౌనంగా ఉంటారు.

నీతి:- ఓపిక ఉన్నవారు తక్కువ శబ్దం చేస్తారు మరియు ఎక్కువ పని చేస్తారు.

నన్ను వదిలేయి

ఒకసారి ఒక వేటగాడు తన వలలో ఒక పిట్టను పట్టుకున్నాడు. అతను అతనిని మోస్తున్నప్పుడు, పిచ్చివాడు ఏడుస్తూ ప్రార్థించాడు అతనితో, "తమ్ముడా, నన్ను వదిలెయ్యి." కానీ వేటగాడు అతని మాట వినలేదు. అప్పుడు పిచ్చికుక్క, "విను, నువ్వు నన్ను వదిలేస్తే, నాతో పాటు ఇంకెన్ని పిట్టలు తెచ్చి పట్టుకుంటాను. నీకు బోలెడంత లాభం వస్తుంది" అంది. వేటగాడు, "నేను నిన్ను విడిచిపెట్టాలని అనుకున్నాను, కానీ ఇప్పుడు కాదు, తన స్నేహితులకు ద్రోహం చేయగలవాడు, ఎవరికైనా వ్యతిరేకంగా ఏదైనా చేయగలడు. అలాంటి వారిపై ఆధారపడకూడదు."

నీతి: మన స్వలాభం కోసం మన స్నేహితులను ఇబ్బందులకు గురి చేయకూడదు.

పిడికిలి బాదం పప్పులు

ఒకరోజు ఒక అల్లరి కుర్రాడు తన ఇంట్లో ఆడుకుంటున్నాడు. అకస్మాత్తుగా వంటగదిలో బాదంపప్పుతో నిండిన బాటిల్ కనిపించింది. కుర్రాడు బాటిల్లోకి చేయి పెట్టి పిడికిలిలో పట్టుకోగలిగినన్ని బాదంపప్పులతో నింపాడు. కానీ ఒక సమస్య వచ్చింది. ఆ కుర్రాడు సన్నటి నోటిలోంచి చేతినిండా బాదంపప్పు తీయలేకపోయాడు సీసా యొక్క. అతను చాలా ప్రయత్నించాడు కానీ విజయం సాధించలేదు అబ్బాయి ముసలి తాత ఇదంతా చూస్తూనే ఉన్నాడు. అతను నవ్వుతూ, "నా ప్రియమైన, మీరు తెరిస్తే మీ పిడికిలి పట్టి కొన్ని బాదంపప్పులు పోనివ్వండి, మీరు మీ చేతిని సులభంగా బయటకు తీయవచ్చు." అబ్బాయి అదే చేసాడు మరియు అతని చేయి చాలా

తేలికగా బయటికి వచ్చింది. అప్పుడు అబ్బాయి తన స్నేహితులతో ఆనందంగా ఆడుకోవడానికి బయలుదేరాడు. అతను అనుకున్నాడు, ఈ రోజు కూడా పట్టుకోవాలని ప్రయత్నిస్తున్నాడు చాలా సార్లు, నా చేతిని ఇరుక్కుపోయేలా చేసాను, నేను తాతగారి సలహాను పాటించకపోతే, నేను ఇబ్బంది పడేవాడిని,

నీతి:- అతిగా దురాశ మంచిది కాదు.

కాకి హంసలా నటించింది

ఒక కాకి ఉండేది. ఆమె జీవితాన్ని ఆనందంగా గడిపేది. ఆమె పురుగులను ఎంచుకుని తిని ఉండిపోయేది ఉల్లాసంగా. ఆమె మనసులో ఎలాంటి టెన్షన్ లేదు. ఒకరోజు నీటిలో అందమైన హంస ఈదడం ఆమె గమనించింది. హంస నదిలో ఎంతో గర్వంగా ఈదుకుంటూ వెళ్తుంటే కాకి చలించిపోయింది. ఆమె ఆలోచించడం మొదలుపెట్టింది. "ఓహ్! ఈ హంస చాలా అందంగా మరియు ఆకర్షణీయంగా ఉంది. ఆమె చాలా అందంగా మరియు మనోహరంగా ఉంది. పగలు మరియు రాత్రి నీటిలో ఉండటం వల్ల ఆమె చాలా అందంగా ఉందని నేను భావిస్తున్నాను." కాకి తన గురించి సిగ్గు పడింది. తన నలుపు రంగు చాలా చెడ్డదని అనుకుంది. చివరికి ఆమెనే

నిర్ణయించుకుంది స్నానం చేయడానికి చెరువులు మరియు నదులకు కూడా వెళ్తుంది, తద్వారా ఆమె న్యాయంగా మారవచ్చు. ఆమె అలా చేసింది. కానీ ఆమె ముదురు నలుపు రంగు అలాగే ఉంది.ఇప్పుడు, కాకి స్నానం చేయడం వల్ల ఎటువంటి తేడా లేదని తన తప్పును అర్థం చేసుకుంది. ఒకటి ప్రకృతి ఇచ్చిన రంగు మరియు అందంతో సంతోషంగా ఉండాలి.

నీతి:- ప్రకృతి ప్రతి ఒక్కరినీ ప్రత్యేకంగా చేసింది. ఒక వ్యక్తి తన గురించి గర్వపడాలి.

కొంటె కుక్క కథ

ఒక కొంటె కుక్క ఉండేది. కారణం లేకుండా ఇతరులను ఇబ్బంది పెట్టేవారు. ఒకప్పుడు సేవకుడు ఉన్నప్పుడు. అతనికి ప్రేమగా తినిపిస్తూ అతని చేతిని కొరికాడు. ఇప్పుడు అతని యజమాని కూడా రెచ్చిపోయాడు. ఈ చెడిపోయిన కుక్క మంచిగా మారదని అతను అర్థం చేసుకున్నాడు. మాస్టారు అతన్ని అడవిలో వదిలేయాలనుకున్నాడు. అయితే పొరుగింటి వ్యక్తి, "నువ్వు అతని మెడలో గొలుసు పెట్టావు. ఆ తర్వాత గొలుసుతో చెక్క దుంగను వేలాడదీయండి. కొద్ది రోజుల్లో అతనికి బుద్ధి వస్తుంది" అని సలహా ఇచ్చాడు.

మాస్టారు కూడా అలాగే చేశారు. కుక్క తన గొలుసు మరియు దానికి కట్టబడిన దుంగతో తన కదలికలో సమస్యను ఎదుర్కొంటోంది. కానీ అతను చాలా గర్వపడ్డాడు. ఇది కూడా తన స్పెషాలిటీగా భావించి భారంతో గర్వంగా కదలడం మొదలుపెట్టాడు. అతను తన తల పైకెత్తి ఇతర కుక్కల వైపు చూసాడు, 'చూడండి నీ దగ్గర లేని విలువైన వస్తువు నా దగ్గర ఉంది. నేను డిఫరెంట్ అండ్ స్పెషల్." ఒకరోజు కుక్క దుంగను వేలాడుతూ సిటీ మెయిన్ క్రాసింగ్‌కి వెళ్లింది. మెడలో లోడ్‌ని వేలాడదీసుకుని తల పైకెత్తి కదులుతోంది. అప్పుడప్పుడూ ఈ ప్రత్యేకతను ఇతరులకు చూపుతూనే ఉంది. కుక్కలు. ఓ ముసలి కుక్క కూడా దీన్ని చూసింది. అతను కోపంగా అన్నాడు, "నువ్వు అబద్ధపు గర్వంతో పాటు మూర్ఖుడివి. అందుకే ఈ బానిసత్వపు కాలర్‌ని ఇంత గర్వంగా చూపిస్తున్నావు. నీకు కొంచెం సిగ్గు ఉంటే, మీ కాలర్ మరియు భారం గురించి గర్వపడే బదులు. సిగ్గుగా అనిపించేది." అది విన్న కుక్క సిగ్గుపడి అక్కడి నుండి పారిపోయింది.

నీతి: మొండి వ్యక్తికి ఏదైనా మంచి విషయం అర్థమయ్యేలా చేయడం కష్టం.

మీరు పాడండి, నేను డాన్స్ చేస్తాను

ఒకసారి ఒక మేక పిల్ల అడవిలో తిరుగుతోంది. అకస్మాత్తుగా అతనికి ఒక నక్క కనిపించింది. అతను పరిగెత్తేలోపే నక్క వచ్చి అతని ఎదురుగా నిలబడింది. "ఇప్పుడు నువ్వు నా నుండి నిన్ను రక్షించుకోలేవు. నేను నిన్ను తింటాను" అన్నాడు. పిల్లవాడు అనుకున్నాడు, 'ఇప్పుడు నా మరణం దగ్గరపడింది. నేను తెలివిగా ఏదైనా చేయకపోతే, నన్ను నేను రక్షించుకోలేను. కొంచెం ఆలోచించిన తర్వాత పిల్లవాడు, "సరే, నక్క తమ్ముడు, నువ్వు నన్ను తినవచ్చు. కానీ తినడానికి ముందు, నేను ఒక కోరికను దయతో నెరవేర్చగలవు" అని చెప్పింది.

"సరే. చెప్పు. నీ కోరిక ఏమిటి?" అని నక్క చెప్పింది.

"నాకు అది మాత్రమే కావాలి చనిపోయే ముందు నేను ఒకసారి చక్కగా నాట్యం

చేయాలనుకుంటున్నాను. మీరు పాడండి మరియు నేను డ్యాన్స్ చేయాలనేది నా కోరిక. మీరు నా కోరికను తీర్చినట్లయితే నేను చనిపోయినందుకు చింతించను."

"సరే. ఇది కావాలంటే నేను పాడటానికి సిద్ధంగా ఉన్నాను. మీరు కూడా డాన్స్ చేయడానికి సిద్ధంగా ఉండండి." ఇలా అంటోంది నక్క పాడటం మొదలుపెట్టాడు. చుట్టూ కొన్ని అడవి కుక్కలు ఉన్నాయి. నక్క శబ్దం విని పరుగున వచ్చారు. నక్క దీనిని చూసింది మరియు పారిపోయాడు. మేక పిల్ల కూడా నిశ్శబ్దంగా అక్కడి నుండి కదిలింది. ఇంటికి తిరిగివస్తున్నప్పుడు, "ఈ రోజు నేను నా తెలివితేటలను ప్రదర్శించకపోతే, నేను సజీవంగా ఇంటికి చేరుకునేవాడిని కాదు" అని తనలో తాను మాట్లాడుకున్నాడు.

నీతి: చాలా సార్లు బలహీనమైన వ్యక్తి తన తెలివితేటలతో బలమైన శత్రువుపై విజయం సాధిస్తాడు.

జంగిల్లో కొత్త చట్టం

ఒకసారి ఒక నక్క అడవిలో తిరుగుతోంది. అకస్మాత్తుగా ఆమె చెట్టుపై కూర్చున్న ఆత్మవిశ్వాసం చూసింది. అతన్ని చూడగానే నక్క నోటిలో నీళ్లు తిరిగాయి. ఆమె అతన్ని తినాలనిపించింది. కానీ ఆత్మవిశ్వాసం చెట్టు పైకి వచ్చింది. అప్పుడు ఆమె ఎలా తినగలదు? కొంచెం ఆలోచించిన తర్వాత నక్క తీపి గొంతుతో, "తమ్ముడు కాక్, ఎందుకు దిగలేదు? నీతో చాలా సేపు మాట్లాడలేదు. నువ్వు దిగితే నేను నీ యోగక్షేమాలు అడగగలను." ఆత్మవిశ్వాసానికి నక్క చాకచక్యం అర్థమైంది. "అత్త నక్క, నేను దిగి ఉండేవాడిని, కానీ నన్ను బ్రతకనివ్వని జంతువులు చాలా తక్కువ అని నేను భయపడుతున్నాను, అవి నన్ను చంపి తింటాయి." ఇప్పుడు నక్క "ఏం మాట్లాడుతున్నావ్.. అడవిలో చట్టం వచ్చిందని వినలేదా

ఒకరి మధ్య శాంతి మరియు ప్రేమను ఉంచుకోవాలా? జంతువులన్నీ ఎవరినీ చంపకూడదని నిర్ణయించుకున్నాయి."

"అదేనా? మీరు నాకు ఇంత మంచి వార్త ఇచ్చారు," ఆత్మవిశ్వాసం చెప్పింది.

నక్క ఏదైనా చెప్పకముందే ఆత్మవిశ్వాసం దూరంగా ఉన్నదాన్ని జాగ్రత్తగా చూడటం ప్రారంభించింది. "ప్రియమైన ఆత్మవిశ్వాసం, మీరు ఏమి జాగ్రత్తగా చూస్తున్నారు?" అని నక్క అడిగింది. ఆత్మవిశ్వాసం చెప్పింది, "అత్త నక్క, నేను సమీపంలో చాలా అడవి కుక్కలను చూస్తున్నాను. ఇటువైపు పరుగులు తీస్తున్నారు. కానీ మీరు ఎందుకు చింతించాలి? ఎందుకంటే అడవిలో ప్రేమ మరియు శాంతి చట్టం ఆమోదించబడింది, కాదా?" "వద్దు, లేదు, నన్ను కదలనివ్వండి. నేను చాలా ముఖ్యమైన పని చేయాలని గుర్తుంచుకున్నాను,"అంది నక్క. "అయితే కొంచెం సేపు ఆగండి. తొందరేమిటి? మరియు అడవి కుక్కలు నిన్ను చంపవు," ఆత్మవిశ్వాసం హామీ ఇచ్చారు.

"అవును, మీరు చెప్పింది నిజమే కానీ వారు కొత్త చట్టం గురించి విన్నారు కదా. కాబట్టి నేను త్వరగా వెళ్లిపోవాలి." అలా చెప్పి నక్క హడావిడిగా పారిపోయింది. అది చూసి ఆత్మవిశ్వాసం నవ్వింది.

నీతి:- చాకచక్యంగా వ్యవహరించాలంటే తెలివి అవసరం.

చాలా పెద్ద జంతువు

ఒకసారి నది ఒడ్డున కొన్ని టాడ్పోల్స్ ఆడుతున్నాయి. ఎగరడంలోనూ, సరదాగా గడపడంలోనూ మునిగిపోయారు. అప్పుడే ఒక పెద్ద ఎద్దు నది వైపు కదులుతున్నట్లు చూశారు. అతను చాలా లావుగా మరియు బలంగా ఉన్నాడు, వారు అతనిని చూసి భయపడి, పొద వెనుక దాక్కున్నారు. ఎద్దు నీళ్లు తాగి వెళ్లిపోయింది. అప్పుడు వారు బయటకు వచ్చారు. కొంతకాలం తర్వాత ఒక కప్ప తన పిల్లలను కలవడానికి వచ్చినప్పుడు, "అమ్మా, మేము ఈ రోజు చాలా పెద్ద జంతువును చూశాము."

"అది. జంతువు ఎంత పెద్దది? నాకంటే కూడా పెద్దవాడా?" కప్ప అడిగింది.

"అవును అమ్మా, నీకంటే పెద్దది. చాలా పెద్దది. చాలా చాలా పెద్దగా ఆలోచించు." చిన్న కప్ప చెప్పింది.

తల్లి కప్ప నమ్మలేకపోయింది. ఆమె పొత్తికడుపులోకి గాలి ఊది, "అతను ఇంత పెద్దవాడా?"

"అమ్మా ఇంతకంటే పెద్దది" అని పిల్లలతో చెప్పింది. ఇప్పుడు తల్లి కప్ప తన కడుపులోకి మరింత గాలిని ఊదింది. ఆమె "ఎంత పెద్దది? ఆ జంతువు ఇంతకంటే పెద్దది కాదా?"

"అమ్మా, ఇంతకంటే పెద్దవాడు. చాలా పెద్దవాడు, చాలా పెద్దవాడు, " అని చిన్నపిల్లలు కలిసి చెప్పారు. "ఎంత పెద్దవా? ఇంతకంటే పెద్దవాడా?" అని కప్ప తన పొత్తికడుపులోకి వీలైనంత గాలిని ఊదింది. "లేదు అమ్మా, ఇంతకంటే చాలా పెద్దవాడు. నీకు అర్థం కావడం లేదు" అన్నారు పిల్లలు. "అప్పుడు అతను ఇంతకంటే పెద్దవాడు కాలేడు," అని కప్ప తన బొడ్డులోకి గాలిని ఊదడంలో తన ప్రయత్నమంతా చేసింది. చివరికి ఆమె బొడ్డు పగిలిపోయింది .

నీతి:- ప్రతి ఒక్కరూ తమతో పోల్చుకుని ఇతరుల గురించి ఊహించడానికి ప్రయత్నిస్తారు.

ఒకరి స్వంత తోక

ఒకసారి ఒక నక్క తోక పొదలో కూరుకుపోయింది. దాన్ని బయటకు తీసేందుకు తీవ్రంగా ప్రయత్నించింది. ఈ ప్రయత్నంలో ఆమె తోక కొన తెగిపోయింది. ఇప్పుడు నక్క సిగ్గుపడింది. ఆమె నేరుగా తన ఇంటి వైపు నడిచింది. ఇతర జంతువులు తనను ఎగతాళి చేస్తాయని భావించి చాలా రోజులుగా ఇంటి నుంచి బయటకు రాలేదు. అప్పుడు ఆమె ఇలా అనుకుంది, "నేను ఇబ్బంది నుండి తప్పించుకోవడానికి నేను ఒక ఆలోచన గురించి ఆలోచించాలి." నక్కలన్నీ తోక తెగిపోతే, నన్ను ఎవరూ కట్-టెయిల్ అని ఆటపట్టించరని ఆమె ఆలోచించడం ప్రారంభించింది. చివరకు ఆమె నక్కల మండలికి పిలుపునిచ్చింది. ఆమె లేచి నిలబడి, "ఈ రోజు నేను మీకు పెద్ద విషయం చెప్పబోతున్నాను నిజం. అసలే మన తోక పనికిరాదని అర్థమైంది. కట్ చేసిన తర్వాత నేను చాలా తేలికగా ఉన్నాను దానిని మీకు వివరించలేను. మీరందరూ నాలాగే అదృష్టవంతులు కావాలంటే మీ తోకను కత్తిరించుకోవాలని నేను మీకు సలహా ఇస్తున్నాను."

ఇది విని అందరూ సంతోషించారు. నక్క సరైనదని అందరూ భావించారు. అన్ని నక్కలు తమ తోకను కత్తిరించడానికి వెళ్లాలని కోరుకున్నాయి. అప్పుడు అకస్మాత్తుగా ఒక ముసలి నక్క లేచి తోక నక్కను అడిగింది, “విను, నీ తోక తెగిపోకుండా అలాగే ఉండిపోయి ఉంటే నువ్వు అలా మాట్లాడేవాడివి కావు. నీ తోక పోయినందుకు నువ్వు ఇదంతా చెబుతున్నావు. . మీ ఆలోచనను మీరే ఉంచుకోండి. మనందరికీ మా తోక చాలా ఇష్టం మరియు మేము దానిని ఏ విధంగానూ కత్తిరించలేము: అది విన్న నక్క సిగ్గుపడింది. అనంతరం అక్కడి నుంచి పారిపోయింది.

నీతి:- మోసపూరిత వ్యక్తి యొక్క వాస్తవికత ఎల్లప్పుడూ బహిర్గతమవుతుంది.

ప్రతి ఒక్కరికీ వారి స్వంత స్థలం ఉంది

పూర్వకాలంలో, కుందేళ్ళు ప్రకృతి తమను చాలా పెళుసుగా మరియు బలహీనంగా చేసిందని భావించి సంతోషంగా ఉండేవి. అందరూ వారిని హింసిస్తారు మరియు వారు బలహీనులు కాబట్టి వారు అందరికీ భయపడాలి. ఇలా పదే పదే ఆలోచిస్తూ తమను, తమ జీవితాన్ని శపించుకున్నారు. కుందేలులా పుట్టే బదులు మనం పుట్టకపోయి ఉంటే బాగుండేది" అని ఒక విచారంగా ఉన్న కుందేలు చెప్పింది. అప్పుడు కుందేళ్లు "నిజంగా ఈ జీవితం వల్ల ఉపయోగం లేదు. మన ప్రాణం తీస్తే బాగుంటుంది" అనుకున్నాయి. చివరకు ఒకరోజు కుందేళ్లన్నీ దూకి చనిపోవడానికి నది దగ్గరకు వెళ్లాయి. అయితే వారంతా నది దగ్గరకు వెళ్లే సరికి అక్కడ గందరగోళం నెలకొంది. కప్పల కాలనీ ఉండేది. వారు చూసినప్పుడు చాలా కుందేళ్ళు కలిసి అవి భయపడిపోయాయి. భయం వల్ల అవి పెద్దగా అరుస్తూ పరుగెత్తడం ప్రారంభించాయి ఇక్కడ అక్కడ.

అప్పుడు ఒక ముసలి కుందేలు నదిలో దూకడానికి సిద్ధంగా ఉన్న కుందేళ్ళతో ఇలా చెప్పింది, "ఆగు, ఇప్పుడే కప్పలను చూశావు. అవి మనకు భయపడి పారిపోతున్నాయి. అంటే ఈ విశ్వంలో మనకంటే బలహీనమైన జీవులు ఉన్నాయి.

వాళ్ళు బ్రతకగలిగినప్పుడు మనకెందుకు కాదు? మన జీవితాన్ని ప్రశ్నించే హక్కు మనకేం ఉంది? భగవంతుడు ఈ ప్రపంచంలో అందరికీ చోటు కల్పించాడు. కాబట్టి మనం ఎందుకు భయపడాలి?" అతని మాటలు అందరికీ అర్థమయ్యాయి. ప్రతి ఒక్కరికీ వారి స్వంత ప్రత్యేకతలు ఉన్నాయని కుందేళ్ళు అర్థం చేసుకున్నాయి దేవుడు అందరినీ జీవించేలా చేసాడు. కాబట్టి బలవంతుడైనా, బలహీనుడైనా అందరూ సంతోషంగా జీవించాలి.

నీతి: మనకంటే బలహీనమైన వ్యక్తుల గురించి ఆలోచిస్తే,
మనం ఎన్నటికీ నిరుత్సాహపడము.

మొదట మీరే ప్రయత్నించండి

ఒక బండి డ్రైవర్ ఎక్కడికో వెళ్తున్నాడు. అకస్మాత్తుగా అతని దారిలో అతని బండి చక్రం మెత్తటి బురదలో కూరుకుపోయింది. బండి డ్రైవర్ భయపడి, మెత్తని బురదలో నుండి చక్రాన్ని తీయమని హెర్క్యులస్ని ప్రార్థించడం ప్రారంభించాడు, తద్వారా అతను తన ప్రయాణంలో ముందుకు సాగాడు. కొన్ని నిమిషాల్లో హెర్క్యులస్ అతని

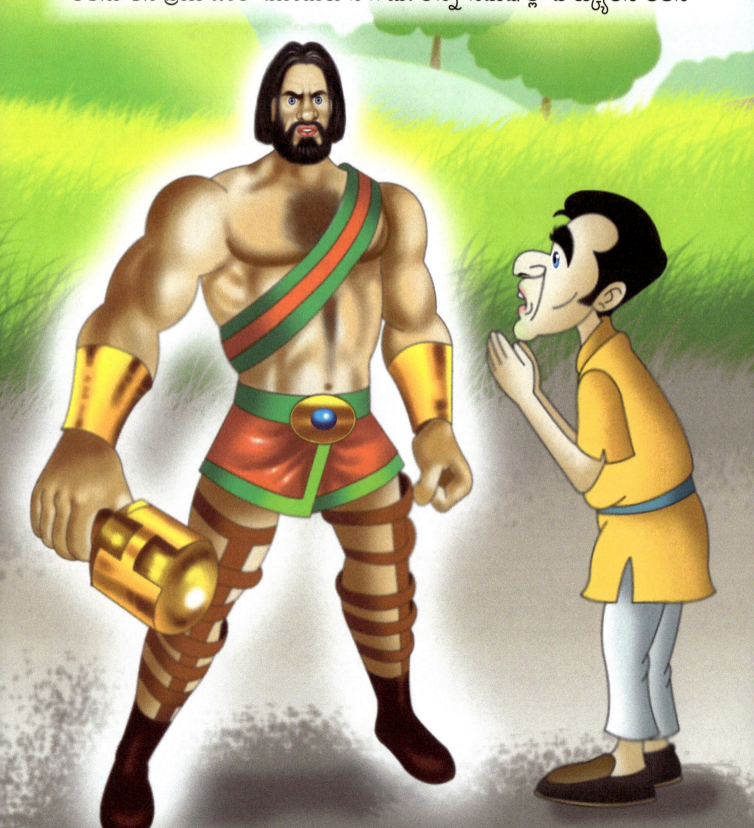

ముందుకు వచ్చాడు. అతను చక్రం దగ్గరికి వెళ్లి గమనించాడు, బండి డ్రైవర్ చక్రం కదపడానికి కూడా ప్రయత్నించలేదు. కేవలం చేతులు జోడించి ప్రార్థిస్తున్నాడు. దాంతో హెర్క్యులస్‌కి కోపం వచ్చింది. అతను బండి డ్రైవర్‌ని తిట్టి, "ఓహ్! చక్రాన్ని తీయడానికి మీ బండిని ఎందుకు నెట్టకూడదు? మొదట మీరే ప్రయత్నించకుండా, మీరు చక్రాన్ని తీయాలని మీరు కోరుకుంటారు. కానీ తమంతట తానుగా సహాయం చేసుకునే వారికి నేను సహాయం చేస్తున్నాను. శ్రమకు భయపడి, నీలాంటి సోమరివాడికి సహాయం చేయడం వల్ల ప్రయోజనం ఏమిటి?" ఇలా చెప్పి హెర్క్యులస్ అదృశ్యమయ్యాడు. ఇప్పుడు బండి డ్రైవర్ తన తప్పు అర్థం చేసుకోగలిగాడు. అతను తోసాడు పూర్తి బలంతో చక్రం మరియు మెత్తని బురద నుండి చక్రం తీయబడింది. అతను హెర్క్యులస్‌కు కృతజ్ఞతలు తెలిపి వెళ్ళాడు దూరంగా.

నీతి:- తనకు తానుగా సహాయం చేసుకునే వారికి దేవుడు సహాయం చేస్తాడు.

చల్లని కూడా, వేడి కూడా

చలికాలంలో ఒక వ్యక్తి అడవి గుండా వెళుతున్నాడు. అప్పుడు అతను అకస్మాత్తుగా అడవి దేవుడిని కలుసుకున్నాడు. ఇద్దరూ ఎండలో కూర్చుని మాట్లాడుకోవడం మొదలుపెట్టారు. ఆ రోజు చాలా చలిగా ఉంది. చలిని చంపడానికి మనిషి తన రెండు చేతులు ముడుచుకుని నోటి నుండి గాలితో రుద్దడం అడవి దేవుడు చూశాడు. "నువ్వేమి చేస్తున్నావు?" అడవి దేవుడు ఆశ్చర్యంతో అడిగాడు. ఆ వ్యక్తి నవ్వుతూ, "నేను చలిని వదిలించుకోవడానికి నా నోటి నుండి గాలి ఊదుతున్నాను, మీకు తెలియదా? నోటి నుండి గాలి ఊదడం వల్ల వెచ్చదనం లభిస్తుందా?" అడవి దేవుడు ఆశ్చర్యపోయాడు. అతను అడిగాడు, "నోటి నుండి గాలి ఊదడం వల్ల చలి మాయమవుతుందా మరియు వెచ్చదనం వస్తుంది?" "అవును, ఎందుకు కాదు?" మనిషి అన్నాడు. ఇది విన్న అడవి దేవుడు ఆశ్చర్యపోయాడు. అతను, "వావ్! ఒకరిని తానే వెచ్చగా ఉంచుకోవడానికి ఇది ఒక మంచి మార్గం." ఒక ఇచ్చింది కొంతసేపటి తర్వాత ఆ వ్యక్తి కొన్ని చెక్క కర్రలను సేకరించాడు. తర్వాత దాని మీద చక్కటి పులుసు చేసాడు. అతను అడవి దేవునికి వేడి సూప్ గిన్నెడు. ఇంకో గిన్నెలో కొంచం తీసుకుని తాగడం మొదలుపెట్టాడు.

అడవి దేవుడు చారు చల్లబడటానికి వేచి ఉన్నాడు. కానీ ఆ వ్యక్తి తన నోటి నుండి గాలిని ఊదాడు సూప్ చల్లగా మరియు సూప్ తాగడం ప్రారంభించింది. ఇప్పుడు అడవి దేవుడు మరింత ఇబ్బంది పడ్డాడు. నోటి నుండి గాలి ఎందుకు ఊదుతున్నావు అని అడిగాడు మీరు సూప్ వేడిగా చేయాలనుకుంటున్నారా?"

మనిషి నవ్వాడు. వద్దు వద్దు.. చల్లగా ఉండేందుకు నోటి నుంచి గాలి ఊదుతున్నాను.

"ఏమిటి?" ఆశ్చర్యంతో అడవి దేవుడి కళ్ళు పెద్దవి చేశాయి. "కొన్నిసార్లు మీ నోటి నుండి వెచ్చదనం కోసం గాలిని ఊదుతారు మరియు కొన్నిసార్లు వేడిని చల్లగా చేయడానికి గాలిని ఊదుతారు. మీరు మానవులు అనూహ్యమైనవి. అందుకే మీ మాటలు నేను అర్థం చేసుకోలేను." అని చెప్పి అడవి దేవుడు లేచి అక్కడి నుండి వెళ్లిపోయాడు.

నీతి:- మనుషులు తమ తెలివితేటలతో ఇతరులు
అర్థం చేసుకోలేని ఎన్నో పనులు చేయగలరు.

సింహం చర్మంలో గాడిద

ఒకసారి గాడిద ఎక్కడినుండో సింహం చర్మం తెచ్చుకుంది. అది వేసుకుని తిరిగాడు. జంతువులన్నీ అతన్ని సింహంగా భావించి భయపెట్టాయి. దీని గురించి గాడిద చాలా గర్వంగా భావించేది. ఒకరోజు గాడిద అహంకారంతో తిరుగుతోంది. అకస్మాత్తుగా ఒక నక్క అతన్ని చూసింది, కానీ ఆమె భయం లేకుండా అతనిని దాటింది. సింహం చర్మంలో ఉన్న గాడిద దాని మీద కోపం తెచ్చుకుంది. ఆమెను భయపెట్టేందుకు ప్రయత్నించాడు. కానీ నక్క కొంచెం ముందుగానే అతని గొంతు విన్నది మరియు అతని వాస్తవికత ఆమెకు తెలుసు. నువ్వు సింహంలా గర్జించినప్పుడే నీ గురించి భయపడతాను అన్నయ్య. అది విని గాడిద సిగ్గుపడి వెళ్ళిపోయింది.

నీతి :- బాహ్య అనుకరణ మాత్రమే సహాయం చేయదు.

బంగారు గుడ్లు పెట్టిన హంస

ఒక హంస ఒక రైతు పొలం దగ్గర ఉండేది. ఒకసారి తిరుగుతూ రైతు హంసల గూడు దగ్గరికి వెళ్లాడు. అక్కడ అతనికి ఒక గుడ్డు కనిపించింది. ఆ గుడ్డు మామూలు గుడ్డు కాదు బంగారు గుడ్డు. ఇది చూసిన రైతు కంట పడ్డాడు ఆనందానికి అవధుల్లేవు. ఇప్పుడు రైతు హంసల గూడు దగ్గరికి వెళ్ళిన ప్రతిసారీ అక్కడ ఒక బంగారు గుడ్డు కనిపించింది. రైతు ఉపయోగించాడు ఇంటికి తీసుకురావడానికి. వెంటనే అతనికి బంగారు గుడ్లు పుష్కలంగా లభించాయి. వాటిని అమ్మి మంచి డబ్బు సంపాదించాడు. వెంటనే ధనవంతుడయ్యాడు. కొత్త ఇల్లు కట్టుకుని విలాసవంతంగా జీవించడం ప్రారంభించాడు. కానీ రైతు ధనవంతుడయ్యే కొద్దీ అతను మరింత అత్యాశకు గురయ్యాడు. అతను అనుకున్నాడు, “ఈ హంస నాకు రోజు ఒక బంగారు గుడ్డు ఇస్తుంది, నేను ఆమెను చంపితే, నేను మొత్తం బంగారు గుడ్లు పొందగలను. అప్పుడు నాలాగా పొరుగున ఎవరూ ధనవంతులు కాలేరు.” రైతు కూడా అలాగే చేశాడు. అతను హంసను చంపాడు. కానీ అతనికి ఒక్క బంగారు గుడ్డు కూడా లభించలేదు. బదులుగా బంగారు గుడ్లు ఇచ్చిన హంస ఎప్పటికీ అందుబాటులో లేదు.

నీతి: మితిమీరిన దురాశ మనిషిని అంధుడిని చేస్తుంది.

సింహం మరియు నాలుగు ఎద్దుల కథ

ఒకప్పుడు నాలుగు ఎద్దులు ఉండేవి. ఒక పొలంలో కలిసి మేత మేస్తూ ఉండేవారు. వారి మధ్య గొప్ప స్నేహం ఉండేది. అడవి సింహం ఒక ఎద్దును వేటాడేందుకు చాలాసార్లు ప్రయత్నించింది. అతను వారిలో ఎవరినైనా దాడి చేయడానికి ప్రయత్నించినప్పుడు, నాలుగు ఎద్దులు కలిసి అతని వద్దకు పరిగెత్తాయి. సింహం పారిపోవాల్సి వచ్చింది. అప్పుడు సింహం “నా బలంతో వాళ్ళని గెలవలేను. వేరే మార్గం ఆలోచించాలి” అనుకుంది. ఒకరోజు సింహం ఒక ఎద్దు దగ్గరికి వెళ్లి, “నాకు నాలుగు ఎద్దుల్లో నువ్వు చాలా సాదాసీదాగా అనిపిస్తున్నాను. కానీ మిగతా ఎద్దులు నీ వాటా గడ్డి తినేస్తున్నాయని నేను గమనిస్తున్నాను. అందుకే నువ్వు సన్నబడుతున్నావు.”

మరుసటి రోజు సింహం రెండో ఎద్దుకు అదే విషయం చెప్పింది. మిగతా ఎద్దులు ఎక్కువ తింటున్నాయనీ, వాటికీ గడ్డి వాటా తక్కువేననే ఆలోచనను అన్ని ఎద్దుల మనసుల్లో మెల్లగా పంచాడు. ఇప్పుడు, నాలుగు ఎద్దులు ఒకదానితో ఒకటి ఉద్రిక్తంగా ఉండటం ప్రారంభించాయి.

ఒక ఎద్దు ఒక మూలన కనిపిస్తే, మరొక ఎద్దు మైదానం యొక్క మరొక మూలలో కనిపించేది. ఎవరూ బాధపడలేదు. ఒకరోజు సింహం ఎద్దుపై దాడి చేసి దానిని తిన్నది. అతడిని రక్షించేందుకు స్నేహితులెవరూ రాలేదు. మరుసటి రోజు సింహం రెండవ ఎద్దుపై దాడి చేసింది. ఈ విధంగా నాలుగు ఎద్దులను చంపి తిన్నాడు. ఒకరిపై ఒకరికి అనుమానం రావడంతో నాలుగు ఎద్దులు చనిపోయాయి.

నీతి:- ఐక్యత బలం.

మేము కలిసి ఉంటాము

ఒకప్పుడు మన శరీరంలోని వివిధ భాగాల మధ్య మంచి సమన్వయం ఉండేది. అందుకే శరీరం కూడా దృఢంగా, ఆరోగ్యంగా ఉండేది. కానీ ఒకరోజు శరీర భాగాలు అనుకున్నాయి, "మనమంతా చాలా కష్టపడతాము కానీ కడుపు ఏమీ చేయదు, ఇది కారణం లేకుండా తినడానికి వస్తుంది, అప్పుడు మనం కడుపు ఎందుకు తినాలి? అందుచేత "కడుపుకు ఏమీ రాకుండా మనం నోటిలో ఏమీ పెట్టుకోము" అని చేతులు అనుకున్నాయి. శరీరంలోని ఇతర భాగాలు కూడా, "అవును, ఇది ఖచ్చితంగా సరైనది. మనలో ఎవరైనా చూసే పని, ఎవరైనా మాట్లాడటం, ఎవరైనా వినడం, ఎవరైనా నడవడం మరియు ఎవరైనా బరువులు ఎత్తడం చేస్తారు. నోటిలోని పళ్ళు ఆ పనిని చేస్తాయి. ఆహారాన్ని నమలడం వల్ల అది సులభంగా చేరుతుంది కడుపు. కానీ కడుపు ఏ పనీ చేయదు. అందుకే దానికి తిండి పెట్టకూడదు." ఆ రోజు అందరి మాటలు విని నోటికి ఆహారం పెట్టనని ఆ చెయ్యి వాగ్దానం చేసింది.

కడుపు పాఠం నేర్చుకుంటుంది. మరియు నిజంగా చేతులు అదే చేశాయి. కొన్ని రోజుల తర్వాత శరీరంలోని భాగాలు ఏదో పోయినట్లు అనిపించింది తప్పు. కడుపులోకి తిండి రాకపోవడంతో చేతులు ఏమీ ఎత్తలేవు, కాళ్లు లేవలేదు అవి పని చేయని రోజులుగా భావించారు. నడిచే శక్తి కలిగి ఉంటారు. కళ్ళు, చెవులు, ముక్కు మరియు శరీరంలోని ఇతర భాగాలు కూడా బలహీనంగా అనిపించాయి. మరికొంత మంది తర్వాత చివరికి శరీర భాగాలన్నీ త్వరగా నోటిలోపలికి ఏదో ఒకటి పెట్టమని చేతులతో

అన్నారు. కడుపులోకి వచ్చేలా జీర్ణం అయ్యేలా చేయమని నోటికి చెప్పారు. అప్పుడు మనకు బలం వస్తుంది మరియు మన స్వంత పనిని చేయగలము. చేతులు మరియు నోరు అలాగే చేసింది, మరియు నెమ్మదిగా శరీరంలోని అన్ని భాగాలు బలంగా మారాయి. ఆ రోజు కడుపులో చేరిన ఆహారం అన్ని శరీర భాగాలకు బలాన్ని ఇస్తుందని శరీర భాగాలు అర్థం చేసుకోవచ్చు. అందరూ తమ తమ పని తాము చేసుకోవడం మొదలుపెట్టారు. ఆ రోజు తరువాత, వారు అస్సలు పోరాడలేదు. నీతి:- ప్రతి ఒక్కరూ ఒకరికొకరు సహాయం చేసుకుంటే, సహకరించుకుంటేనే మన సమాజం పురోగమిస్తుంది.

నీతి:- ప్రతి ఒక్కరూ ఒకరికొకరు సహాయం చేసుకుంటే, సహకరించుకుంటేనే మన సమాజం పురోగమిస్తుంది.

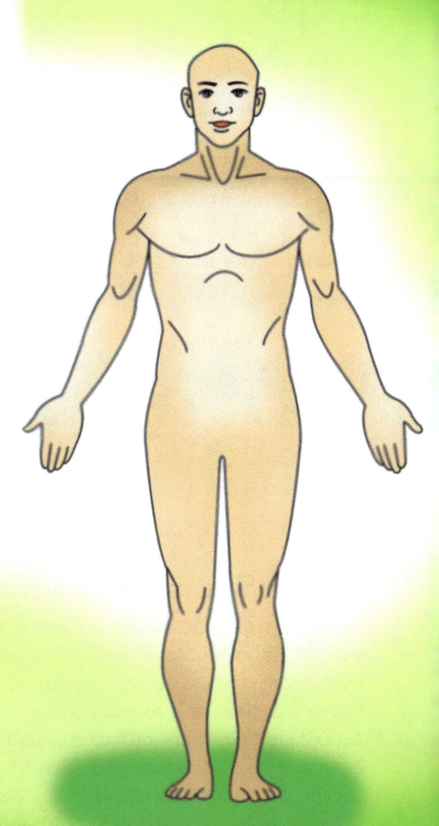

గొర్రెల కాపరి మరియు అతని మేకలు

ఒకసారి ఒక గొర్రెల కాపరి తన మేకలతో అడవికి వెళ్ళాడు. ఆ రోజు చాలా చలిగా ఉంది. కాసేపటికి ఒక్కసారిగా హాలులో తుఫాను వచ్చింది. తర్వాత భారీ వర్షం కురిసింది. గొర్రెల కాపరి త్వరగా తన మేకలను వర్షం మరియు చలి నుండి రక్షించడానికి సమీపంలోని గుహకు తీసుకెళ్లాడు. కానీ గుహను చేరుకున్న తర్వాత గొర్రెల కాపరి అప్పటికే అక్కడ మేకల మందను చూసి ఆశ్చర్యపోయాడు. అవన్నీ నల్లగా ఉండగా అతని మేకలన్నీ తెల్లగా ఉన్నాయి. గొర్రెల కాపరి తనతో పాటు గడ్డిని తీసుకువెళుతున్నాడు తన మేకలకు మేత. కానీ అతను అనుకున్నాడు, “రోజు నేను నా మేకలను తినిపిస్తాను, ఈ నల్ల మేకలను ఈ రోజు తినిపించనివ్వండి, కాబట్టి తిన్న తర్వాత అవి కూడా నావే

అవుతాయి. అప్పుడు నాకు రెట్టింపు మేకలు ఉంటాయి."అందుకే తన సొంత మేకలకు తినడానికి ఏమీ ఇవ్వలేదు మరియు నల్ల మేకలకు తినడానికి వాటి వాటా గడ్డి ఇచ్చాడు. ఫలితంగా తన సొంత మేకలే ఆకలితో చనిపోయాయి. అతను మేపిన నల్ల మేకలు సాయంత్రం అడవి వైపు పారిపోయాయి. పేద గొర్రెల కాపరి తన దురాశ కారణంగా తన వద్ద ఉన్నదంతా కోల్పోయాడు.

నీతి:- దురాశ మనిషిని ఎక్కడికీ తీసుకెళ్లదు.

పక్షి మరియు దాని చిన్నవి

ఒక చెట్టు మీద పక్షి గూడు ఉండేది. అక్కడ ఆమె తన చిన్న పిల్లలను కలిగి ఉంది, వారి కోసం ఆమె ధాన్యాలు వెతకవలసి వచ్చింది. ఒకరోజు పక్షి గింజలు తీసుకురావడానికి వెళ్ళింది. శిశువులు రైతు గొంతు విన్నారు. రైతు తన కొడుకుతో ఇలా అన్నాడు: "విను కుమారా, పంటలు పండాయి, ఈ రోజు వెళ్లి పొరుగువారికి రేపు త్వరగా రమ్మని చెప్పండి. ఉదయం కాబట్టి మేము పంటను పండించవచ్చు."

పిల్లలు భయపడి పక్షితో, "అమ్మా, రేపు చాలా మంది రాబోతున్నారు, అప్పుడు అవి మన గూడును కూడా బద్దలు కొడతాయి." పక్షి విని నవ్వుతూ చెప్పింది, "ప్రియమైన పిల్లలారా, ఇప్పుడు చింతించాల్సిన అవసరం లేదు, ఎవరి పని రాదు. వారు తమ పొరుగువారిపై ఆధారపడినట్లయితే. పూర్తి అవుతుంది."

మూడవ రోజు రైతు తన కొడుకుతో, "మాకు సహాయం చేయడానికి ఎవరూ రాలేదు కొడుకు, పర్వాలేదు. రేపు నువ్వు మరియు నేను కలిసి పంటలు పండిస్తాను."

పిల్లలు తిరిగి వచ్చినప్పుడు తల్లితో ఈ విషయం చెప్పారు. ఇది విని తల్లి పక్షి కాసేపు మౌనంగా ఉండిపోయింది. అప్పుడు ఆమె "అవును పిల్లలూ, ఇప్పుడు నిజంగా మనకే ప్రమాదం. పంటలు తానే పండించుకోవాలని రైతు ఆలోచిస్తున్నాడని, అందుకే తప్పకుండా చేస్తానన్నారు. బహుశా, అతను మా గూడును గమనించి విసిరివేస్తాడు. అందుకే, ఈ రాత్రికి మనం ఇక్కడి నుండి షిఫ్ట్ అవ్వాలి." పిల్ల పక్షులు కూడా ఎగరడం నేర్చుకున్నాయి, కాబట్టి వాటికి ఇబ్బంది లేదు. కాబట్టి పక్షి తన పిల్లలతో పాటు ఎగిరిపోయింది. సురక్షితమైన ప్రదేశానికి దూరంగా.

నీతి:- మనం చేసేంత వరకు ఏ పని పూర్తికాదు

నువ్వు నన్ను వదిలేస్తే అప్పుడు.....

ఒకసారి ఒక రైతు తన పొలంలో పని చేస్తున్నాడు. అతను చెట్టు మీద కూర్చున్న బుల్బుల్ చూశాడు. బుల్బుల్ పాడింది చాలా మధురంగా. బుల్బుల్ పాట రైతుకు నచ్చింది. అతను తన పనిని వదిలి ఆమె పాట వినడం ప్రారంభించాడు. కాసేపటి తర్వాత అతను నిశ్శబ్దంగా తన చేతిని పైకెత్తి బుల్బుల్ ని పట్టుకున్నాడు. బుల్బుల్ రైతు చేతిలో నొప్పిగా ఉంది. ఆమె అతనిని వేడుకొని, "తమ్ముడు నన్ను విడిచిపెట్టు, నేను మీకు చాలా కృతజ్ఞతతో ఉంటాను." కానీ రైతు "అయ్యో ఇంత కష్టపడి పట్టుకున్నాను నిన్ను వదిలేస్తే ఎలా? నిన్ను బోనులో ఉంచి రోజు నీ మధురమైన పాట వింటాను" అన్నాడు. "కానీ నేను బోనులో పాడలేను. అప్పుడు నన్ను బోనులో ఉంచితే నీకు ఏమి లభిస్తుంది?" అన్నాడు బుల్బుల్. "అవును, మీరు నన్ను విడిచిపెడితే, మీరు ఎప్పటికీ మరచిపోలేరు మరియు ఎల్లప్పుడూ గుర్తుంచుకునే జీవిత వాస్తవికతను నేను మీకు చెప్తాను."

ఆ రైతు బుల్బుల్ మాటలు నమ్మి ఆమెను విడిపించాడు. బుల్బుల్ ఎగిరి చెట్టు యొక్క ఎత్తైన కొమ్మ వద్ద కూర్చుంది. రైతు అన్నాడు, "అవును, ఇప్పుడు చెప్పు, జీవితంలో ఏ విలువైన వాస్తవికతను చెప్పబోతున్నావు?" బుల్బుల్ చెప్పింది, "వినండి, మొదటి విషయం ఏమిటంటే బందీగా ఉన్న వ్యక్తిని ఎప్పుడూ నమ్మకూడదు. ఎందుకంటే తనను తాను రక్షించుకో, అతను ఏదైనా చెప్పగలడు. మరియు రెండవ వాస్తవం ఏమిటంటే, చేతి నుండి కోల్పోయిన విషయం మరియు పోయింది, దాని గురించి మనం ఏడవకూడదు." ఇలా చెబుతూ బుల్బుల్ ఎగరడం ప్రారంభించి చాలా దూరం వెళ్ళింది.

నీతి:- నీ చేతిలో ఏది ఉందో అది ఇతరుల మాటల్లో కాకుండా నమ్ము.

ఒక అబద్ధాలాడు ఉన్నాడు

ఒకప్పుడు ఒక ఊరిలో ఒక యువకుడు ఉండేవాడు. అతను చుట్టూ తిరగడం ఇష్టపడ్డాడు. అతను కూడా పెద్ద అబద్ధాలకోరు. ఒకసారి అతను అనేక నగరాలను సందర్శించడానికి బయలుదేరాడు. తిరిగి రాగానే గ్రామస్తులు ఆయన పర్యటన గురించి అడిగారు. యువకుడు అతిశయోక్తిగా చెప్పాడు, "ఈసారి నా పర్యటనలో నేను చాలా అసాధారణమైన పనులు చేసాను. ఒక నగరంలో నేను ఎత్తు నుండి దూకే పని చేసాను, నగరం మొత్తం ఆశ్చర్యపోయింది. ప్రజలు తీసుకువెళ్లారు.

నన్ను వారి భుజాలపై ఎక్కించుకుని ఊరేగింపు జరిపారు, అందరూ నన్ను పొగుడుతున్నారు." అప్పుడు అతను తన అనేక చర్యల గురించి చర్చించాడు. అతని అబద్ధాలు పెరుగుతున్నాయి. అప్పుడు ఒక పెద్ద గ్రామస్థుడు ఇలా అన్నాడు, "తమ్ముడు, మీరు ఇంత గొప్ప విషయాలు మాట్లాడటానికి చాలా కష్టపడాలి. . కానీ మీరు వివరించే విషయాలను ప్రదర్శిస్తే మీరు అలా చేయనవసరం లేదు."

అది విని అబద్ధాలకోరు మౌనం వహించాడు. ఆ రోజు తరువాత, అతను అతిశయోక్తి చేయడం మానేశాడు.

నీతి:- చూపించే బదులు మనం ఏది మంచిదో అదే చేయడానికి ప్రయత్నించాలి.

మిజర్స్ వెల్త్

అక్కడ ఒక వ్యక్తి లోభి మరియు అందరినీ అనుమానించేవాడు. తన సంపదను ఎవరైనా దొంగిలిస్తారేమోనని ఎప్పుడూ భయపడేవాడు. ఇలా ఆలోచించి తన సంపదనంతా అమ్మేసి బంగారు ఇటుక కొన్నాడు. అతను తన ఇంటికి కొంత దూరంలో బంగారు ఇటుకను పాతిపెట్టాడు. రోజూ ఉదయాన్నే అదే ప్రదేశానికి వెళ్లి బంగారు ఇటుకను బయటకు తీసుకెళ్ళేవాడు. అతను దానిని గమనించి ఒప్పించి మళ్లీ అదే స్థలంలో పాతిపెట్టాడు.

ఒకసారి ఒక వ్యక్తి రోజూ ఒక పిచ్చోడు గుంత తవ్వడానికి ఇక్కడికి రావడం చూశాడు. బంగారు ఇటుక ఉందని అతనికి వెంటనే తెలిసింది.

ఒకరోజు, బంగారు ఇటుకను గమనించిన పిచ్చివాడు దానిని రోజు మాదిరిగానే అదే స్థలంలో పాతిపెట్టాడు. కొంతసేపటికి ఆ వ్యక్తి కూడా అక్కడికి చేరుకున్నాడు. అతను త్వరగా బంగారు ఇటుకను తీసి, మునుపటిలా గొయ్యిని నింపి వెళ్లిపోయాడు.

మరుసటి రోజు, దుష్టుడు మళ్ళీ అదే ప్రదేశానికి వెళ్ళాడు. అతను గొయ్యి తవ్వాడు కానీ ఇటుక లేదు. అతను ఆశ్చర్యపోయాడు మరియు నిరుత్సాహపడ్డాడు. బాధతో పెద్దగా ఏడవడం మొదలుపెట్టాడు. ఇరుగుపొరుగు వారు కూడా అతని పరిస్థితిని చూశారు. అంతా విన్న తర్వాత వారు ఒక పెద్ద రాయిని పిసికి ఇచ్చి, "దీన్ని తీసుకుని వెళ్లి ఈ గోతిలో పాతిపెట్టండి. మీరు దీన్ని బంగారంగా భావించి, ప్రతిరోజూ దాన్ని చూస్తూ తృప్తి చెందుతారు. డబ్బుకు విలువ ఖర్చు చేయడంలోనే ఉంది. లేకపోతే ఏమిటి? బంగారానికి రాయికి తేడా ఏమిటి?"

నీతి:- లోభి యొక్క సంపద సాధారణంగా అతనికి ఏ మాత్రం ఉపయోగపడదు.

బ్యాగ్ పూర్తి తెలివి

ఒకసారి ఒక అడవిలో తిరుగుతున్నప్పుడు ఒక పిల్లి నక్కను కలుసుకుంది. ఇద్దరూ మాట్లాడుకోవడం మొదలుపెట్టారు. నక్క ఉంది ఆమె తెలివి గురించి అతిశయోక్తి. ఆమె ఇలా చెప్పింది, "అన్ని రకాల సమస్యలను ఎదుర్కోవటానికి నా దగ్గర చాలా తెలివి మరియు ట్రిక్కులు ఉన్నాయి. నన్ను ఎవరూ గెలవలేరు." అప్పుడు ఆమె పిల్లిని అడవి కుక్కలు వెంటడించినప్పుడు ఆమె ఏమి చేస్తుందని అడిగింది. పిల్లి చెప్పింది, "నా దగ్గర అదే పాత ట్రిక్ ఉంది, ఇది చాలా విజయవంతమైంది. ఏదైనా సమస్య వచ్చినప్పుడు, నేను సాధారణంగా దానిని ఆచరిస్తాను."

"ఒకే ఒక ఉపాయం," నక్క వ్యంగ్యంగా చెప్పింది, "నేను వేర్వేరుగా ఉపయోగించే వందలాది ఉపాయాలు ఉన్నాయి ఇది విని పిల్లి ఆశ్చర్యపోయింది. అప్పుడే ఇద్దరికీ అడవి కుక్కల శబ్దం వినిపించింది. అవి తమ వైపుకు వస్తున్నాయి. పిల్లి వెంటనే చెట్టుపైకి ఎక్కింది. ఆమె ఇలా చెప్పింది. "నా దగ్గర ఒకే ఒక ఉపాయం ఉంది. మీరు ఇప్పుడు ఏ ఉపాయాన్ని ఉపయోగించబోతున్నారో నాకు చూద్దాం." నక్క తన వద్ద ఉన్న వందల్లో ఇప్పుడు ఏ ట్రిక్ ఉపయోగించాలో ఆలోచించడం ప్రారంభించింది. అడవి కుక్కలు దగ్గరికి వచ్చాయి. "పరుగెత్తడం ఉత్తమం," నక్క అనుకుంది. అయితే ఆమె పరిగెత్తేలోపే అడవి కుక్కలు దాడి చేసి చంపాయి

నీతి:- అన్ని లక్షణాల జాక్ కంటే ఒక లక్షణాన్ని కలిగి ఉండటం మంచిది.

కప్ప యొక్క క్రోకింగ్

అబద్ధాలకోరు ఒక కప్ప ఉండేది. ఒకసారి అతను చికిత్స కోసం చాలా మంచి పద్ధతిని కనుగొన్నట్లు ప్రకటించాడు. అడవిలో ఉన్న ఎవరైనా స్వస్థత పొందగలరు. అన్ని జంతువులు ఒకచోట చేరినప్పుడు కప్ప బిగ్గరగా అరుస్తూ, "విను సోదరా, ప్రపంచంలోనే అతిపెద్ద వైద్యుడు నీ ముందు ఉన్నాడు. దేవుడి వైద్యుడు కూడా నాతో పోటీ పడలేడు. నీ గత జన్మలో నువ్వు కొన్ని మంచి పనులు చేసి ఉంటావని ఆలోచించు. మీ ట్రీట్‌మెంట్ కోసం నేను మీ ముందు ఉన్నాను. కప్ప అతిశయించినప్పుడు ఒక కొంటె మేక ఇక భరించలేకపోయింది. ఆమె "మన మధ్య ఇంత గొప్ప డాక్టర్ ఉండటం చాలా ఆనందంగా ఉంది. అయితే అన్నయ్య, ముందు నువ్వే ట్రీట్ మెంట్ చేయించుకో. నీ కాళ్ళు చాలా నీచంగా ఉన్నాయి, ఎందుకు సరి చేసుకోకూడదు?" కొంతసేపటికి నక్క లేచింది. ఆమె, "అయ్యో! నీ నుదురు బాగా వాచిపోయింది. ముందు చికిత్స చేయించుకో." కుందేలు లేచి నిలబడి, "మీ చర్మం చాలా అసహ్యంగా మరియు ముడతలతో నిండి ఉంది, ఎందుకు నయం చేయకూడదు?"

గొర్రెలు, "మీ కళ్ళు చాలా చెడ్డగా మరియు వాచిపోయాయి, అవి బయటకు వస్తాయి. మీరు అలాంటి వారైతే గొప్ప వైద్యుడు వీటికి చికిత్స చేసి చూపించు."

"అయ్యో! నువ్వు నా గొప్పతనాన్ని అర్థం చేసుకోలేకపోతే సరే. నేను కూడా ఇక్కడ ఉండను" అంటూ కప్ప భుజాలు తడుముకుంటూ పారిపోయింది. అతను పారిపోతున్నప్పుడు జంతువుల పెద్ద నవ్వు వినబడింది. అందరూ నవ్వుతూ, "అయ్యో! దేవుళ్ళకు కూడా దొరకని అంత గొప్ప డాక్టర్ మనకు దొరికాడు. కానీ పరుగెత్తవలసి వచ్చింది. దూరంగా. అతను! హా! హా!

నీతి:- తనను తాను మెరుగుపరచుకోలేనివాడు, ఇతరులను ఎలా మెరుగుపరుస్తాడు?

ప్రయాణికుడికి స్పేడ్ వచ్చింది

ఒకసారి ఇద్దరు వ్యక్తులు ఒకే వైపు వెళ్తున్నారు. కలిసి నడుస్తూనే ఒకరికొకరు పరిచయం అయ్యారు. ఏదైనా సమస్య ఎదురైతే ఆ మార్గంలో కలిసి పోరాడవచ్చని ఇద్దరూ ఆలోచించారు. అప్పుడు ఎవరికీ ఎలాంటి కష్టమూ ఉండదు. ఇద్దరూ కలిసి కబుర్లు చెప్పుకుంటూ నడిచారు. అకస్మాత్తుగా వారికి పార కనిపించింది. వాటిలో ఒకటి త్వరగా దాన్ని అందుకుని, "చూడండి, నాకు ఎంత మంచి వస్తువు వచ్చింది" అన్నాడు. ఇప్పుడు రెండో ప్రయాణికుడు, "మీరు కాదు, మేమిద్దరం. మేము నిర్ణయించుకున్నది, మీకు గుర్తులేదా? ఇప్పుడు మేమిద్దరం ఒకటే, కాబట్టి మా ఇద్దరికీ ఈ గరిటెపై హక్కు ఉంది." ఇది విన్న మొదటి ప్రయాణికుడు భుజాలు తడుముకున్నాడు. రెండోవాడు తన ఉద్దేశాలు తప్పు అని అర్థం చేసుకోగలిగాడు అందుకే మౌనంగా ఉన్నాడు. కలిసి నడుస్తూ కొంచెం ముందుకు వెళ్ళారు. అక్కడ గ్రామస్థులు చేతుల్లో కర్రలతో చుట్టుముట్టారు. పార వైపు చూపిస్తూ ఏదో మాట్లాడుతున్నారు.

మొదటివాడు, "అయ్యో! ఈ గరిటె వల్ల మనం ఇబ్బంది పడ్డాం" అన్నాడు.

"ఇద్దరూ కాదు, నువ్వే" అంటూ రెండోవాడు నిశ్శబ్దంగా తల మరో వైపుకు జరిపి పక్కనే నిలబడ్డాడు.

ఇప్పుడు, మొదటి ప్రయాణికుడు తన తప్పును అర్థం చేసుకోగలిగాడు. అతను చాలా కష్టంతో గ్రామస్తులకు గరిటెను తిరిగి ఇచ్చి క్షమించమని కోరాడు. అప్పుడు అతను తనకి చెప్పాడు తోటి యాత్రికుడు, "దయచేసి నన్ను క్షమించు ప్రియ మిత్రమా, స్వార్థపరుడికి నిజమైన స్నేహితుడు ఉండడని ఇప్పుడు నేను అర్థం చేసుకున్నాను. నేను క్షమాపణలు కోరుతున్నాను." తరువాత ఇద్దరూ తమ ప్రయాణంలో పక్కపక్కనే నడవడం ప్రారంభించారు. ఇద్దరూ కలిసి ఉంటూ మంచి ప్రయాణం సాగించారు.

నీతి:- ఇతరులకు సహాయం చేయనివాడు కష్టం వచ్చినప్పుడు వారి నుండి సహాయం ఆశించకూడదు.

స్టోరీ ఆఫ్ ఎ బ్యాట్

ఒకసారి అడవిలో నివసించే జంతువులు మరియు పక్షుల మధ్య పెద్ద యుద్ధం జరిగింది. కోసం పోరాటం కొనసాగింది చాలా కాలం మరియు ఏమీ నిర్ణయించబడలేదు. కానీ గబ్బిలం చాలా సంతోషించింది ఎందుకంటే అతనికి జంతువులు మరియు కొన్ని పక్షుల ప్రత్యేకతలు ఉన్నాయి. అతను అనుకున్నాడు,

"నేను ఎవరి పక్షం వహించాలి? ఎవరు గెలిచినా నేను వారి పక్షం వహిస్తాను."

ఒకసారి పక్షులన్నీ అతని దగ్గరకు వెళ్లి తమ జట్టులో చేరి పోరాడమని అడిగాయి. కానీ గబ్బిలం నవ్వుతూ, "తమ్ముడా, నేను జంతువుల వంశానికి చెందినవాడిని, అప్పుడు నేను మీకు ఎందుకు సహాయం చేయాలి?" కొంతకాలం తర్వాత జంతువులు అతని వద్దకు వెళ్లి తమతో కలిసి పోరాడమని అడిగాయి. కానీ గబ్బిలం, "తమ్ముడా, నేను పక్షిని, అలాంటప్పుడు నేనెందుకు సహాయం చేయాలి?"

చాలా సేపు పక్షులు, జంతువుల మధ్య పోరు కొనసాగింది. బ్యాట్ కూర్చుని ఆనందిస్తూనే ఉంది విడిగా. అప్పుడు పక్షులు, జంతువులు ఆలోచించాయి, "పోరాటం

వల్ల ప్రయోజనం ఏమిటి? రెండు పార్టీలు ఉన్నాయి చాలా కష్టాలు పడ్డాం కాబట్టి మనం రాజీ పడాలి." వెంటనే జంతువులు మరియు పక్షులు మునుపటిలా కలిసి జీవించడం ప్రారంభించాయి. కానీ ఎవరూ గబ్బిలాన్ని గమనించలేదు. తర్వాత ఒక రోజు స్వయంగా పక్షుల వద్దకు వెళ్ళాడు. అతను "నేను నిజంగా పక్షిని" అన్నాడు. పక్షులు అతనిని తమ వంశం నుండి బయటకు విసిరివేసాయి, తరువాత అతను జంతువుల వద్దకు వెళ్ళాడు, కానీ ఇక్కడ కూడా అతను విసిరివేయబడ్డాడు, ఆ రోజు నుండి గబ్బిలం ఒంటరిగా తిరుగుతుంది మరియు సాధారణంగా పశ్చాత్తాపపడి తల దించుకోవడం కనిపిస్తుంది.

నీతి:- సంక్షోభ సమయంలో సహవాసం చేయని వ్యక్తిని ఎవరూ ఇష్టపడరు

ఒక బుట్టలో ఎలుక

ఒకప్పుడు ఎలుక చాలా రోజుల నుండి ఆకలితో ఉంది. అతను తినడానికి ఏమీ లేదు మరియు చాలా అనుభూతి చెందాడు ఆకలితో. అకస్మాత్తుగా అతనికి ఒక బుట్ట కనిపించింది. బుట్టలో పండ్లు మరియు ఇతర తినుబండారాలు ఉన్నాయి. ఎలుక ఆకలితో సన్నబడుతోంది కాబట్టి అతను ఒక చిన్న రంధ్రం నుండి బుట్టలోకి ప్రవేశించాడు. అక్కడ అతను పండ్లు మరియు ఇతర తినుబండారాలు తినడం ప్రారంభించారు. ఎలుక చాలా రోజుల నుండి ఆకలితో ఉంది. కాబట్టి అతను అలా పొందినప్పుడు అతను తినడానికి చాలా వస్తువులపైకి దూకాడు మరియు అతని కడుపు ఉబ్బింది. ఎలుక తన నిండుగా తిని లావుగా మారడంతో అతను ఇంటికి తిరిగి వెళ్లాలని అనుకున్నాడు. కానీ అతను పొందడానికి ప్రయత్నించినప్పుడు

బుట్టలో నుండి అతను నిరాశ చెందాడు. అతను ఉన్న రంధ్రం నుండి బయటకు వెళ్ళలేకపోయాడు బుట్టలోకి ప్రవేశించాడు, ఎందుకంటే అతను మునుపటి కంటే లావుగా ఉన్నాడు.

"అయ్యో! నేనేం చెయ్యాలి? ఈ బుట్టలో కూర్చునే చచ్చిపోతానా" అనుకుంది ఎలుక బాధగా. అప్పుడే అక్కడికి ఒక ఉడుత వచ్చింది. ఆమె ఎలుక పరిస్థితిని చూసి, "ప్రియమైన ఎలుక, నిరుత్సాహపడకు. మీరు బుట్టలోకి ప్రవేశించిన విధంగానే మీరు బుట్టలో నుండి బయటపడవచ్చు. అయితే అవును, మీరు తిన్నారు కాబట్టి కొన్ని రోజులు వేగంగా ఉండండి. మీరు మారినప్పుడు ముందు లాగా సన్నగా, సన్నగా ఉండు నువ్వు బుట్టలోంచి బయటకు రాగలుగుతావు." ఎలుకకు ఈ విషయం అర్థమైంది. అతను చాలా తినడం మరియు తన సొంత సమస్య కోసం కాల్ పశ్చాత్తాపపడ్డాడు.

నీతి:- ఒకరి దురాశ తన సమస్యలను స్వయంగా కోరుతుంది.

www.ingramcontent.com/pod-product-compliance
Lightning Source LLC
LaVergne TN
LVHW080053220825
819277LV00039B/711
* 9 7 8 9 3 5 7 1 8 3 2 8 4 *